काव्यरंग

नीलिमा देशपांडे

काव्यरंग

आयुष्यातीलसगळयास्वप्नांमधेज्यानेआनंददायीरंगभरलेआणिभरायलाशिकवले

त्याजिवलगमित्रास, सचिनपाटोदकरयाससप्रेमसादर!

नीलिमादेशपांडे

अनुक्रमणिका

प्रस्तावना

काव्यरंग

1. अर्पण पत्रिका

क्षितिजावर मला एकटीलाच,
वाट बघण्यासाठी सोडून ....
"पुन्हा भेटेल" असं सांगून,
तू निघून गेलास!
कितीक वर्षे झाली,
मी अजुनही तिथेच उभी आहे...
वाट बघतांना घड्याळाचे काटेही
फिरुन फिरुन शेवटी तिथेच येताहेत!
जातांना तू दिलेली ती फुलं,
आल्यावर तुझंच स्वागत करण्यासाठी....
जपून ठेवली होती पण आता,
आता फुलं तर सुकून गेलीत...
हाताचा सुगंध मात्र कायम आहे !
तुझ्यासाठी लिहीलेल्या कविता,
तुझ्याच आठवणींत, पुसट होत....
आसवांनी धुऊन निघाल्यात!
तुला द्यायला माझ्या कवितांचा संग्रह नाही,
अर्पणपत्रिका मात्र तेवढी सुरक्षित आहे !!

2. एकटे

एकटेच असतो आपण आयुष्यभर
माणसांनी ओसंडून वाहणाऱ्या या दुनियेत
खेळत आणि खेळवत खेळ मनाचे,
प्रतिष्ठेचे, कर्तृत्वाचे अन नशिबाचे.
या खेळामध्ये जिंकलो तरी
आयुष्याच्या शेवटी
शिल्लक राहत नाही काहीच
आपल्या सुखं दुखांवरच होते
येथे निर्मिती हास्य कहाण्यांची
हळूहळू सवय होते मग आपल्यालाही
हसून सर्व सहन करण्याची.
एकटेच असतो प्रवासात आपण
मैलाच्या एकेका दगडाला ओलांडत
काही झाड उभी असतात तात्पुरत्या सावलीसारखी
रस्त्यांवर सुवासाने फुलवणारी,
गंधाने झुलवणारी, काट्यांना सलवणारी....
यातूनच होतात माणसांचे भास रस्ताभर
खर तर एकटेच असतो आपण आयुष्यभर ....
एकटेच असतो आपण आयुष्यभर ....

३. तू , मी आणि चहा ....

तूमाझ्याआयुष्यातआलीस
तेच मुळी चहाच्या कपासोबत....
तू , मी ....आणि आल्याचाचहा ....
तुझ्यासवेरातभरपाहिली
अनेक स्वप्नं जागून.... आणि
नाजूक बोटांनी गिरवली
अक्षरंभविष्यासाठीवाकून....
आयुष्यातलेअनेकपावसाळे
पाहिले मग आपण एकत्र;
दरवेळीबदलतअन
बहरत गेलेलं रुपंतुझं बघून
फुलूनउठलीमाझीशिणलेलीगात्र.
दिलीससाथमजतू
मनापासून आजवर
मुळ्यामाझ्या रोवल्यास
दरवेळीआणखीखोलवर
हवीहवीशीतूजी
पाडते पैलू जीवनाला
हेपरीक्षादेवीमम
लाखोदंडवततुजला !!

4. 'सागर किनाऱ्यावर'

सागराला जिथे धरती मिळते
तिथे पहावी वाट एकमेकांची
असा आहे एक रिवाज
पण आज.....
वाट पाहून सागरही आटतोय
धरती तर केंव्हाच सुकून गेलीय
फक्त खोलवर उरलाय एक
अस्पष्टसा आवाज......
किनाऱ्यावर बसून
रोजच लिहिली जातात नवी अक्षरे....
येणाऱ्या पुढल्याच लाटे सरशी
पुसून जाण्यासाठी आणि
बांधलेही जातात वाळूचे बंगले
वादळांच्या तडाख्यात नव्यानं ढासळण्यासाठी ....
तरीही,......
सागराला जिथे धरती मिळते
तिथे पहावी वाट एकमेकांची
असा अजुनही कायम आहे हा एक रिवाज....

5. अखेरचा निरोप

आई बाबा घेतला आज तुमचा,
अखेरचा निरोप..
आणि लावलं तिथेच,
तुमच्या आठवणींच रोप!
अखेरचाच होता ना हा निरोप ?
तरीही मनी होती एक होप....
निदान काही शब्द बोलाल....
पण तुम्ही केलीत घाई जाण्याची....
नाहीच पहिली वाट, आमच्या येण्याची!
लावलेले इवले रोप, होईलच उद्या मोठं....
आठवणीत अश्रूंची फुले ओघळतील आमच्या गालावरून.....
आणि तुम्ही हसत आशीर्वाद तेंव्हा भर भरून देत असाल वरुन!
होऊन उद्या मोठा वृक्ष,
हे रोप देईल सावली.
कळेल तेंव्हा सर्वांना उभे इथे आजही
माझे कणखर विठोबा आणि माझी प्रेमळ माऊली!
फ़ांदीवर बनतील पक्षांची घरटी,
पुन्हा एकदा होईल चिवचिवाट पक्षांचा
माणसांचा जसा तुम्ही असताना होता....
तोवर मात्र वाट पाहणारे दार बंदच राहील आता!

6. समाज

राजकारणापासून
समाजकारणा पर्यंत
लागतो इथे अर्थ,
म्हणूनच परमार्थही
शोधतो आपण स्वार्थ !
दाम करतो इथे काम,
त्यास नाही कुणाचाच लगाम!
वर असणारा आणखी
वर पर्यंत पोहोचतो,
त्यावेळी खालचा मात्र तिथेच
आणखी खोल खोल जातो कारण,
कारण, पुढे जाणाऱ्यांचे
पाय मागे ओढण्याचे
खेकड्यांचे तत्व,
प्रत्येकजण चांगलेच जाणतो!
प्रत्येकजण चांगलेच जाणतो!!!....

7. आहेर

ताई झाली माझी आई
घास मला भरवताना,
तिला तिच्या भुकेची पर्वा नाही!
लोण्या वाणी माय,
वडा सारखा बाप अन
जीव लावणारी ताई...
खर सांगायच तर,
यांच्या बगर मला येगळया
दुनियेची गरज नाही !
दिवसा अन् राती
ते बांधत्यात घर - बंगले
कापसासारखे नसले मऊ तरी....
माझ्या माय- बापचेच हात
मले वाटतात चांगले!
होइन मी मोठा तवा देईन
त्यांना आराम अन ताईला
हक्काच माहेर....
लहान भावा कडून हाच हवाय
तिला तिच्या लग्नात आहेर!

8. क्षण

क्षणांचीच ही सारी किमया
कल्पित जेथे नसते काही
क्षणात असते फूल हासरे
क्षणात ते कोमेजून जाई
वर्तुळ असता मस्त भोवती
क्षणात कधीतरी त्रिज्या बदले
क्षणिक असतो यश शिखरावर
क्षणभंगूर जग अनेक वदले
क्षणासाठी ही दुःखे येती
क्षणात येती सुखेही सारी
क्षणभर येते मनी ही शंका
कशासाठी ही वणवण सारी?
कशासाठी ही वणवण सारी?

९. तुला प्रेम कसे दाखवू ?...

चंद्र, सुर्य अन तारकांच्या मधला
आहेस तू आमचा अढळ, उत्तुंग
तेजस्वी 'ध्रुवतारा'...
निरागस, अल्लड तुझ्या मनाला
शिवला ना आजवर कधी
जगाचा 'व्यवहार वारा'...
मोठं होवून म्हणशील जर कधी
काही आठवू, त्यासाठी सांग ना आज
आम्ही आमचे प्रेम तुला कसे दाखवू ?
दिलानं दिलदार तू अन मनानं भावूक
दोन गोड शब्दांवरही
कसा काय भाळतोस
तुझं तुलाच ठावूक!
निखळ हास्याचा सागर
मैत्रीसाठी सदैव खुले दिलाचे आगर
यशाच्या शिखरावर खिळवून नजर,
केलीस सफल वाटचाल त्यावर
उदंड आयुष्य लाभो तुला
असेल जे सुंदर आणि सफल
चांगल्या कर्माचे नेहमीच
मिळो तुला जीवनात मधूर फळ

"

10. माझ्या लहानपणी

माझ्या लहानपणी,
चॉकलेटच्या बंगल्यात
भान हरपून रमायची लेकरं
आणि गायची आनंदाची गाणी...
माझ्या लहानपणी,
धूळीत अन मातीत होती
खेळण्याची आम्हाला मुभा,
इनफेक्शनच्या भीतीचा बागूलबुआ
नव्हता आमच्या मागे उभा!
माझ्या लहानपणी,
पक्ष्यांसवे गायचो आम्ही स्वच्छंदी गाणी,
कुणाच्याही शेतात शिरुन, हक्काने
मनसोक्त फळे खाण्याची
अनुभवली आम्ही मेजवानी.
माझ्या लहानपणी,
मने रमायची पऱ्यांच्या राज्यात
सुख मानन्यावर असते समजून
राजाराणीच्या गोष्टींचाही शेवट
नेहमीच व्हायचा आनंदात!

11. असतोस घरी 'तू' जेव्हा....

असतोस घरी 'तू' जेव्हा, मी भानावर रे नसते...

सडा अंगणी नाही ते, घर झाडायचे राहते !

असतोस घरी 'तू' जेव्हा, मी भानावर रे नसते...

रांगोळी सोड रे अंगणी, ती टाकी भरून वाहते !

असतोस घरी 'तू' जेव्हा, मी भानावर रे नसते...

कपड्यांचा वाढतो ढीग, अन दूध गैस वर पसरते!

असतोस घरी 'तू' जेव्हा, मी भानावर रे नसते...

भाताची बनते पेज अन, भाजी बघ ती करपते !

असतोस घरी 'तू' जेव्हा, मी भानावर रे नसते...

वाट पाहती भांडी अन, ती रातराणीही सुकते!

असतोस घरी 'तू' जेव्हा, मी भानावर रे नसते...

हातात घेऊनी हात तुझा, मी उगाच गाली हसते!

असतोस घरी 'तू' जेव्हा, मी भानावर रे नसते...

श्वासात मिसळुनी श्वास तुझ्या, मग सप्नातच रे मी जगते!

12. आणखी सुखं ते काय हवे?

वाटलंच होतं, स्वप्नात जितकं...

हळव, प्रेमळ, नाजूक तितक

फुला समांन डुलणार अन,

आनंदाच्या डोही झुलणार

मन तुझं माझ्यात गुंतलेल

अन माझं तुझ्या रंगात रंगलेल !

रंग बहरले इन्द्रधनुचे....

कोणते उधळले तू, अन

ठावूक नाही, कोणते मी...

गीत गाईले सप्त सुरांनी

मृदू कोमल तुझ्या कंठातून

अन तार सप्तकात उतरले मी...

संधीकाली दिशा सजल्या

या मन मोहक फुलांसवे

जन्म जन्मांतरीची साथ असता

आणखी सुखं ते काय हवे?

13. काव्य

तू यावे, बरसावे, आणिक,
ओठी नव काव्य स्फुरावे !
तू गावे, छेडीत मेघ मल्हार
अन, सरीत त्या सूरांच्या...
मन भिजुनी चिंब नहावे !
धरतीचा कणकण बहरून

येता फुलून हिरवा...
सप्तरंग ते नभात मग,
गगनाने साऱ्या उधळावे !
केतकीच्या बनी बहरला सुगंध,
मोगरा, चाफा, रातराणी अन....
दारात तो निशिगंध,
करतो जेव्हा धुंद...
संधिकाली मी रोज मग

स्मरते रे त्या कातरवेळा !
फुलला दारी निसर्ग असा भव्य,
तुज आगमनाची चाहूल देण्या....
पाठविले सांग मज कुणी आज हे,
शब्द सुमनांत सजवून काव्य ! ??

14. अशी मी, तशी मी!

दोन लांब वेण्यात वावरणारी,
हौस व गरजेखातर आज केस कापते
छंदात तासनतास रमणारी आता
कर्तव्यात आधी स्वत:ला झोकते
साडी-सलवार सुटमधेच अडकून न राहता,
'देश तसा वेश'बरोबर स्थळकाळ
आणि कामाच्या गरजेनुसार
आता परिधान निवडते..
मराठी माध्यमात शिक्षण घेवून
ज्ञानार्जन करताना हिन्दी व इंग्रजी
भाषेच्या हातात हात गुंफते आणि
सगळ्या साहित्याचा आस्वाद घेते..
सायकलवर सुरु झालेला प्रवास पुढे नेत
आता टैक्सी,बस,रेल्वे आणि विमान या
माध्यमांना न घाबरता रात्रीबेरात्री एकटीने करते.
जे जे अवघड त्यावर मात करत
कधी शांतपणे माघार घेत तर कधी
अन्यायाविरुद्ध आवाज उठवत
घोडदौड सुरू आहे प्रगतीपथावर...
प्रवासात लाभलेले अनुभव
आणि भेटलेली माणसे गाठीशी बांधत,
पार करत आहे मी
सफलतेची वाट हसत हसत...

15. संसार सेतू

उन उन खिचडी, साजूक तूप ...
साथ तुला देण्यात, गवसले मजला सुख ...
तुझं - माझं नात आहे
समजून घेतलेल्या भावनांचा मेळ ....
त्याशिवाय का रुचकर लागते
आज अनुभवांची भेळ ....
तुझ्या माझ्या मनाने बांधला
सेतू सम विचारांचा ....
कधी तिखट तर कधी आंबट गोड
आठवणींनी संसार सजला सुखाचा ...

16. दोन तीरावर दोघे आपण!

दोन तीरावर दोघे आपण!
हाक एक येता परी
द्रवते काळीज अन
अधीर होई आपले मन !!
पावसाचा लवलेशही दिसेना
अजून तुझ्या गावी, अन...
वाट पाहती नयन माझे
ओसरण्या ही पूराची त्राही...
तुझ्या माझ्यातूनच
धावत आले अनेक वीर,
होऊन आपल्या जीवावर उदार
वाढवला ज्यांनी सगळ्यांचा धीर.
सलाम त्यांच्या सहनशक्तीला
अन नमन त्यांच्या धीराला!
ज्यांनी दिला आधार आपल्या
दोन तीरावरील अनेक दिलांला!!

17. प्रतिक्षा

ग्रीष्माच्या दाहकते सारखा
तुझा विरह...
अंतरंग जाळणारा!
शिशिरातल्या पानगळीसारखी
तुझी प्रतीक्षा...
एकेका क्षणाने झुरवणारी!
वसंताच्या नव पालवी सारखे
तुझे आगमन...
पानागणिक फुलवणारे!
आणि कोसळणाऱ्या श्रावणसरी सारखा
तुझा सहवास ...
मनाला सुखावणारा !
अंतर्मन ओलावणारा !!

18. स्वप्नील स्वप्न माझे

स्वप्नात पाहिले मी, स्वप्नात न्हाईले मी...
स्वप्नील स्वप्न माझे, घोकीत राहिले मी!
स्वप्नातला सुगंध, होऊन त्यात धुंद...
त्या धुंदीच्या स्वरांनी नवगीत गाईले मी!
स्वप्नील स्वप्न माझे, घोकीत राहिले मी.....
स्वप्नी कधीच नव्हत्या, विराण कुंदन राती...
त्या धुंदीच्या बळाने, धिक्कार साहिले मी!
स्वप्नील स्वप्न माझे, घोकीत राहिले मी....
मज तारीले जयांनी, ती स्वप्न फार थोर...
जीवनात माझीया मला, मग त्यांनाच वाहिले मी!
स्वप्नील स्वप्न माझे, घोकीत राहिले मी!
कटुता साऱ्या जगाची, जाळीत जीव गेली....
खोट्या जगात होते, हे स्वप्नगीत गाईले मी !
स्वप्नील स्वप्न माझे, घोकीत राहिले मी....

19. हवं तसं

हवं तसं तिला कधी जगता येत नसतं....
कारण तिच्या मुळी
हक्काच कुठे घरच नसतं....
माहेरी असून ती असते परक्याच धन !..... मग
सासरी तरी कसं कोण
जाणणार तिचं मन ?
त्याला आवडत रॉक म्यूझिक, तर ती ऐकते जुनी हिंदी गाणी...
निसटट्या क्षणांना बघून
नयनी तिच्या दाटते पाणी...
चायनीज खातो तो आवडीने मनापासून ही मात्र भरते डबा
भाजी आणि पोळीचा
साजुक तूप लावून
ती कधीच विसरते की ती आहे आई बाबांची परी ....
कारण प्रत्येक गरजेला घेवून सुट्टी अन रजा
तिचं तर असते घरी...
तो अजुनही आहे घरातला राजकुमार, सुकुमार...
ती मात्र पार गेलीय करपून अन
राहिला नाही तिच्यात आता काही सुमार...
ती अजुनही जगते आहे एका खोट्या आशेवर
बनेल माझंही कधी अस्तित्व वेगळं
आणि होईल नाव साऱ्या जगभर

20. बस इतकच !

अनादी अनंत काळा पासून आणि अगदी आजही,

ते सारे आहेतच मुक्त नेहमी....

बंधनात मात्र सदैव ठेवल्या होत्या अडकवून त्या आणि मी.....

बस इतकच !

काळ बदलला तशा आज,

त्याही होतात मोकळ्या..

देण्यासाठी त्यांच्यातल्या कलेला अन प्रतिभेला वाव....

पण नेमका तेंव्हाच घिरट्या घालत जमा होतो भोवती त्यांच्या सारा गाव....

बस इतकच !

काही रिकामटेकडे ते; लागतात मग कामाला भराभर....

पाठवतात तिला फेसबुक वर रिक्वेस्ट अन भरून टाकतात तिच मेसेंजर....

बस इतकच !

मागतात काही फ़ोन नंबर, तर काही लगेच धडकतात पाठोपाठ वॉट्सएप्प

वर....

ती बावरते, बिचकते कधी घाबरून थांबते;

पण त्या देतात तिची सदैव साथ...

एक स्त्री दुसऱ्या स्त्रीची पाठराखी मैत्रिण बनत येतात त्या एकत्र आणि

घट्ट धरतात एकमेकींचे हात...

बस इतकच !

सुरु होतो मग त्यांचा नवा प्रवास मैत्री सोबत- बहारदार लिखाणाचा..

म्हणूनच नको वाटतो त्यांना अडथळा...

दर सेकंदाला वाजणाऱ्या त्या वायफळ गप्पांनी भरलेल्या मैसेंजरचा....

बस इतकच !

घर, दार आणि व्यवसाय असो वा नोकरी ...

सगळ्याच आघाड्या सांभाळत;

त्या हे लिखाणाचे क्षेत्रही गाजवतात...

अन गरज पडलीच जर कधी,
तर काहींना फेसबुक वर ब्लॉक करुन निमूटपणे त्यांच्या काना खालीही
वाजवतात...
बस इतकच !
त्या होऊ पाहतात
व्यक्त शब्दांमधून ...
आणि आभार मानतात वाचकांचे नेहमी अगदी मनापासून...
बस इतकच !
खरे वाचक करतात सन्मान त्यांच्या लिखाणाचा;
देवून भरघोस दाद आणि दाखवत खरी भक्ती ....
समजून घेत नेहमी की
लिहिणारी 'ही', 'ती', 'हया' आणि 'त्या' ही
साऱ्या आहेत एक व्यक्ती....
बस इतकच!
जाणून घेतात सुजाण वाचक की लिहिणाऱ्या प्रत्येकीला;
आहे तिच स्वतःच
एक विश्व .....
समजून घेत, ताबा ठेवत स्वतःच्या मनावर, बांधतात ते दौडणारे स्वैर अश्व
....
बस इतकच !
ऋणात तुम्हा वाचकांच्या
असतील त्या कायम ...
अन वाकड्या वळणांनी येवू पाहणाऱ्यांना भरतील नेहमीच आता यापुढे
दम....
बस इतकच!

काही थोड्या वेगळ्या प्रकारचे त्रासदायक अनुभव सोबतच्या अनेक लेखिका
असलेल्या मैत्रिणिंना आलेले पाहिले. त्यावर सुचलेली ही कविता आहे.
हजारो चांगल्या वाचकांचे प्रोत्साहन आम्हाला लिहायला प्रेरणा देते. त्यांचे
आभार व्यक्त करण्यासाठी देखील ही कविता!!